I0692187

चाचा चौधरी आणि स्वच्छ भारत

कुठे जायची तयारी?

आम्ही चाचा चौधरी बरोबर पिकनिकला जात आहोत.

मनु, खायच्या वस्तू बांधल्या आहेत

मी घेतले आहे. खेळायला फूटबॉल सुध्दा ठेवला आहे.

संध्याकाळ व्हायच्या आत परत या, उशीर करू नका.

हो नक्की

चाचाजी कुठे चाललिये स्वारी?

म्हणत होतो यांना गुलझार बागेत पिकनिकला नेवू!

1

गीता तू पण चल.
आई , मी पण जातेय.
मी तुझ्या खेळण्यांबरोबर खेळेन.
नक्की
मुलांनो ओरडू नका
आपण कुठे निघालोय?
गुलझार बगिच्यात

ती किती दूर आहे?
अर्धा तास तरी लागेल.
खूप मजा आली.
सगळे जण आपापले सामान घेवून या.
मनु ये , फूटबॉल खेळूया.
चल.

चाचाजी, खायची वेळ झाली

मुलांनो चला, जेवून घेवूया

चाचाजी,या मुलांनी बाग किती घाण केली!

हे खूप चुकीचे आहे

तुम्ही यांना शिक्षा का नाही करत?

शिक्षा नाही शिकवण द्यावी लागेल.

मनू तुझे म्हणणे बरोबर आहे.ही चुकीची सवय आहे.

हा कचरा कुणी फेकला?

मी कचरा ओळखला. हा तोच कचरा आहे जो तुम्ही पार्कमध्ये सोडून दिला होता.

5

अरे बापरे!
आपण हे आधीच करायला हवे होते!
अगदी स्वच्छ जागा तुम्ही घाण केलीत.
आपण सर्वांनी याकडे लक्ष द्यावे लागेल.
भविष्यात ही मुले घाण पसरवणार नाहीत.
चला मुलांनो- पुढे ठेवलेल्या तीन रंगांच्या डब्यात कागद्, बाटल्या आणि उरलेले अन्न वेगवेगळे टाका बघू!

मुलांनो आता मी तुम्हाला अशा जागी नेतो जिथे मशीनने कचऱ्यामधून खत बनवले जाते.
कुठे चाचाजी?
मुलांनो आता उशीर न करता गाडीत बसा.
पिंकी गप्पा मग मार,आधी चल बघू.
भरत,यांना नव्या मशीनमध्ये कचऱ्यापासून खत कसे बनवले जाते ते दाखव.
कचरा मशीनमध्ये टाकला जातो.
पहा,पहा खत बाहेर निघत आहे, ते खूप उपयोगी आहे.

स्वच्छता अभियान शहर विकास मंत्रालयाचाच भाग आहे.

मुलांनो,कचरा उपयोगात आणा, त्या मुळे रोगराई पसरणार नाही.

आता तर फायदाच फायदा झाला.

आपण आपल्या सभोवताली स्वच्छता राखली तरच स्वच्छता मोहिम यशस्वी होईल.

यात तुम्हा सर्वांची साथ आवश्यक आहे.

तुम्ही सर्वांनी आपल्या परिसरात स्वच्छता राखण्याची शपथ घेतली पाहिजे.

आमचा स्वच्छ ग्राही परिवार स्वच्छता पाळण्याची शपथ घेत आहे.

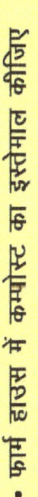

कम्पोस्ट अपनाओ, फार्म हाउस में हरियाली लाओ.

- फार्म हाउस में कम्पोस्ट का इस्तेमाल कीजिए
- ये मिट्टी को उपजाऊ बनाती है
- इसे आप नज़दीकी फर्टिलाइज़र की दुकान से खरीद सकते हैं

कम्पोस्ट बनाओ, कम्पोस्ट अपनाओ.

अधिक जानकारी के लिए **1969** पर सम्पर्क करें

स्वच्छ भारत
एक कदम स्वच्छता की ओर

चाचा चौधरी आणि राकेट

सनफीस्ट बाउन्सची प्रस्तुती
क्रोको आणि मोको आणि स्वच्छ भारत

आज माझे काही मित्र दुपारी जेवणासाठी घरी येणार आहेत.

घर एकदम स्वच्छ असायला पाहिजे.

सनफीस्ट बाउन्स मित्र- क्रोको आणि मोको जवळच आपले प्रिय बाउन्स बिस्किटे अत्यंत आवडीने खाताना.

आपण त्यांना पंतप्रधानांच्या स्वच्छ भारत अभियानाची माहिती द्यायला पाहिजे.

काका, झपटजींना सांगितले पाहिजे की कचरा रस्त्यावर फेकू नये.
आम्ही झपटजींना स्वच्छ भारत मिशनबाबत सांगू.
कृपया आमच्या घरासमोर कचरा फेकू नका. आमच्याकडे काही पाहुणे येणार आहेत.
अशा प्रकारे आपण रस्त्याला किती अस्वच्छ करतो.

अच्छा, तर ते दोघं तुम्ही आहात.
आपले घर स्वच्छ ठेवणे खूप महत्त्वाचे आहे.
इतकेच नाही आपल्या चोहीकडे पण स्वच्छता ठेवणे आवश्यक असते.
USE ME
घरातील कचरा आपण आपल्या घराच्या बाहेर फेकू नये.
हे अत्यंत अनारोग्यकारक आहे.
USE ME

स्वच्छ भारत अभियानाला सफल बनवण्यासाठी आपल्याला सगळ्यांना त्यात योगदान द्यावे लागेल.

यासाठी आपल्याला 'डिस्पोजल सिस्टम' चा वापर करावा लागेल.

USE ME

काका, मला क्षमा करा. आता मी माझ्या चोहींकडे पण स्वच्छता ठेवेन.

मी माझे शहर ठेवण्याची शपथ घेतो.

या आनंदात सनफीस्ट बाउन्स बिस्किट खा.

Moko and Croko are having fun in a fair, when Sunny tells them a little secret, "Bounce stall is in the center of the fair, and there are many Bounce biscuits." Both of them want to get to the stall first and get all the biscuits.

Play with a friend and help your favourite character race inside the maze to get to the Bounce stall first.

Enjoy the yummy, creamy Sunfeast Bounce cream biscuits.

Choco Twist   Tangy Orange   Pineapple Zing   Elaichi Delight

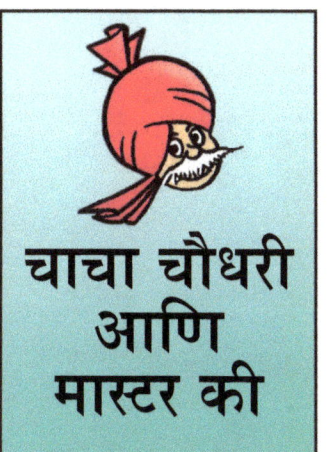

चाचा चौधरी
आणि
मास्टर की
अरे ..रे...रे..रे माझी कार
चोर, चोर..
अरे ..रे...रे..रे माझी कार
धरा, माझी कार थांबवा.
www.chachachaudhary.com
चाचा चौधरी.
सेठ मायापती.

सेठजी, आज माझ्याकडे कसे काय?

चाचाजी, माझी कार चोरीला गेली.

माझीही.

चोराने माझी गाडीही नेली आहे.

मास्टर की चोराने आमच्या सर्वांच्या कार नेल्या आहेत.

मास्टर की? विचित्र नाव आहे.

आम्हाला त्या व्यक्तीचा चेहरा आणि नाव तर माहीत नाही.

असे म्हणतात की त्याच्याकडे अशी मास्टर की आहे की तो कोणत्याही कारचे लॉक उघडतो.

ती चाबी कुलूपाला लावताच अलार्म सिस्टिमही फ्रीज होते.

चोर मग सहजपणे कार घेऊन भूर होतो.
तुम्ही सर्व निष्काळजी आहात.
माझ्याकडेही ट्रक डगडग आहे.
मास्टर कीला मी आव्हान देतो. त्याने माझा ट्रक चोरून दाखवावा.
चौधरी, आता डगडग गायब झाला म्हणून समजा.
दुसऱ्या दिवशी
STORES
तो रस्त्यावर ट्रक उभा करून ज़ात आहे.

ट्रक चोरण्यासाठी हीच नामी संधी आहे.
मास्टर चाबी दाखव आपली कमाल.
ओह, विजेचा धक्का लागला.
हाय ! मेलो !!
लॉकमध्ये चाबी लाग-ताच शॉक कसा काय लागला?
मी माझ्या ट्रकचे लॉक पॉवर बॅटरीला जोडून ठेवले होते.
इथे ट्रक सोडणे म्हणजे शिकार करण्यासाठी बकरी बांधण्यासारखेच होते.
चाचा चौधरीचा मेंदू कॉम्प्युटरपेक्षाही जास्त वेगाने धावतो.

चाचा चौधरी आणि सोनेरी मांजर
बोवन, ज्या मूर्तीचा हा फोटो आहे, तिला म्युझियममधून उडवायचे आहे.
ज़रा तो मलाही दाख-व, रोनो.
एक सामान्य मांजर? म्युझियम-मध्ये आणखीही मौल्यवान वस्तू असतील. जसे जुने दागिने.
ही महाराणी कोटकोपरची आ-वडती मांजर होती. ती मेल्यावर महाराणीने तिची सोन्याची मूर्ती बनविली. तिच्या डोळ्यांमध्ये अतिशय मौल्यवान हीरे आहेत.
मग तर ती मूर्ती आपल्याला खरोखरच श्रीमंत बनविल.
© PRAN'S FEATURES

आपण आपल्या मुक्कामाला आलो आहोत. कोणी विघ्न आणले तर त्याला गोळी घाला.
MUSEUM
आपल्या जागेवरून कोणीही हालणार नाही.
मला फक्त ही सोनेरी मांजर हवी आहे.
अरे रे, थांब, थांब.
आमच्या कामात जे कोणी दखल देते, रोनो त्याचा मेंदू उडवितो.
त्यामुळे उलट तुमचेच नुकसान होईल.

ज़्या प्रमाणे हिटलरचा डुप्लिकेट होता तसाच आता प्रत्येक वस्तूचा डुप्लिकेट बनवतात. तुमच्या हातात नकल आहे.
तर मग असली मूर्ती कुठे आहे?
ती त्या खोलीत सुरक्षित आहे.
मग मी इथे काय करीत आहे?
मी आत जातो.
मी असली सोनेरी मूर्ती घ्यायला आलो आहे.
या खोलीत फक्त आपण दोघेच आहोत.
www.chachachaudhary.com

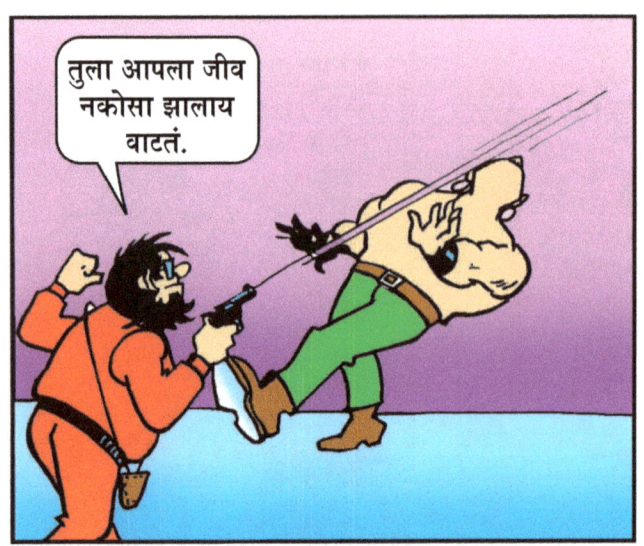

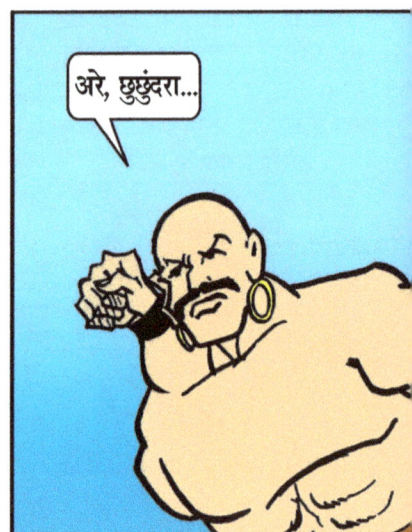

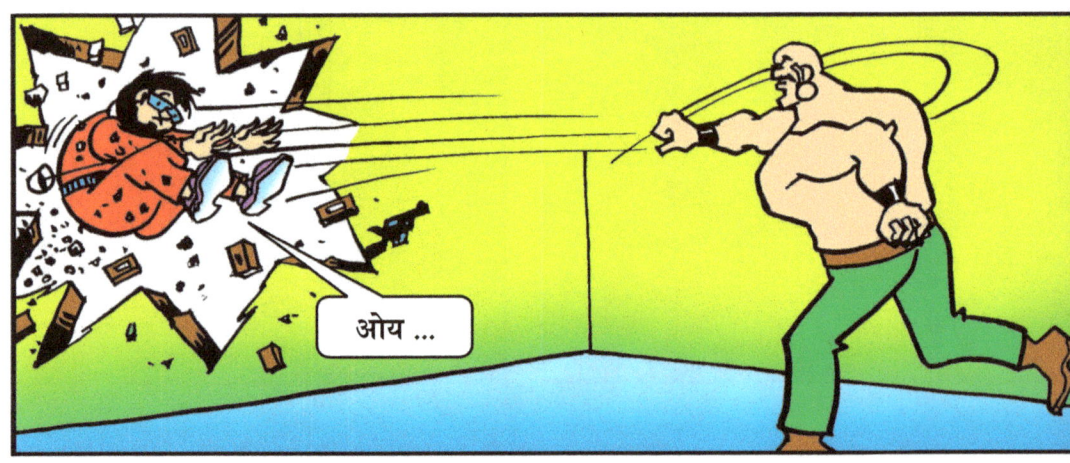

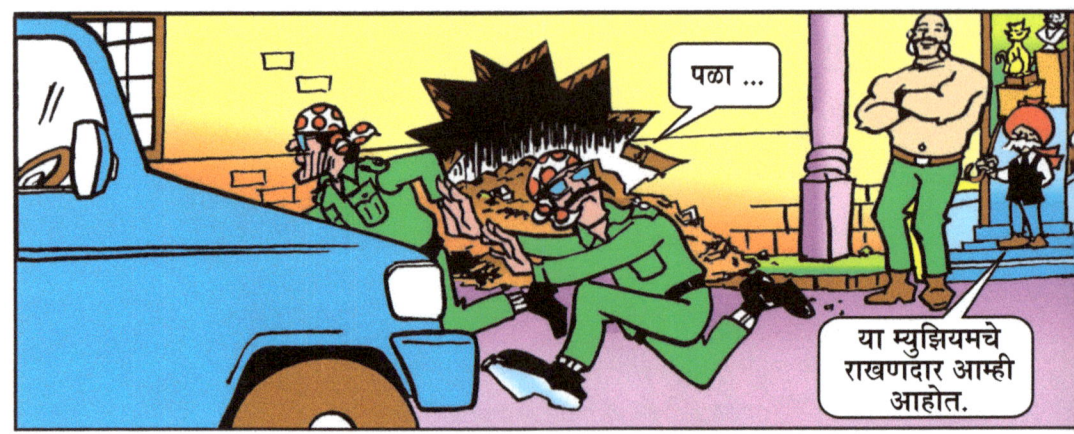

तुला आपला जीव नकोसा झालाय वाटतं.
अरे, छुछुंदरा...
ओय ...
पळा ...
या म्युझियमचे राखणदार आम्ही आहोत.

चाचा चौधरी आणि प्रतंगबाजी
आज जेवायला काय करू? इटालियन? इंडियन? क़ॉन्टिनेन्टल की चायनिज डीश?

आधी तू बनव. मग डिशचा चेहरा मोहरा पाहून तिचे नाव ठेवू.

© PRAN'S FEATURES

चाचाजी, आज हवामान चांगले आहे. पतंग उडवूया?
ज़शी तुझी इच्छा.
मी पतंग आणि मांजा घेऊन येतो.
पतंग उडविणे ही एक कला आहे.
बिनी, तू कधी पतंग उडविला आहेस?
मला पतंग उडवायला येतो म्हणून तर इतक्या वर्षांपासून तुमची दोरी सांभाळली आहे.
नाही तर तुम्ही केव्हाच माझ्या हातातून सटकला असतात.
?!
चाचा लखनवी, उत्तम पतंग आणि मांजा हवा आहे.
पतंग
आता आणतो.

लखनवी चाचाचा मांजा अतिशय धारदार असतो.
पतंगबाजीमध्ये डावपेच लढविताना खूप मजा येईल.
दोन भूरटे लारो आणि गोदी
ग़ोदी, तू करू शकणार नाहीस, असे एक काम आहे.
लारो, मी करू शकणार नाही, असे या जगात कोणतेही काम नाही.
हवे तर एक हजार रुपयांची पैज लाऊ.
मला मंजूर आहे.
लागली पैज. आता काय करायचे आहे ते सांग.

तो साबू येत आहे. तू त्याला चीत कर.
हे नक्की होईल. माझ्या डिक्शनरीत अशक्य हा शब्दच नाही.
तू एक हजार रुपये तयार ठेव.
तू स्वतःच जखमी होशील नाही तर..?
मी सुखरूप राहील.
तू फक्त तमाशा पहा...

आता तो बिनधास्तपणे घसरून चीत पडेल.
पुढे पळा...
ओय...!
अरे रे..! कंबरेची हाडे तुटलीत वाटतं....

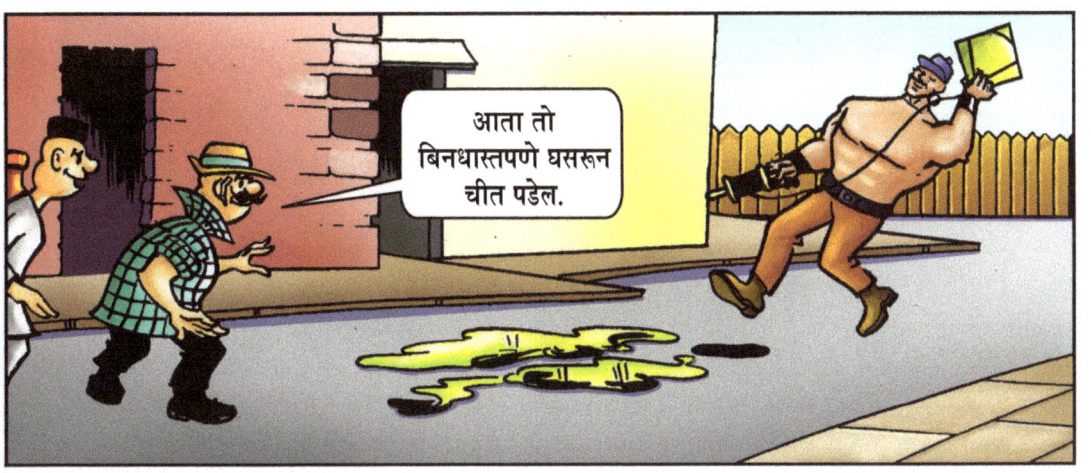

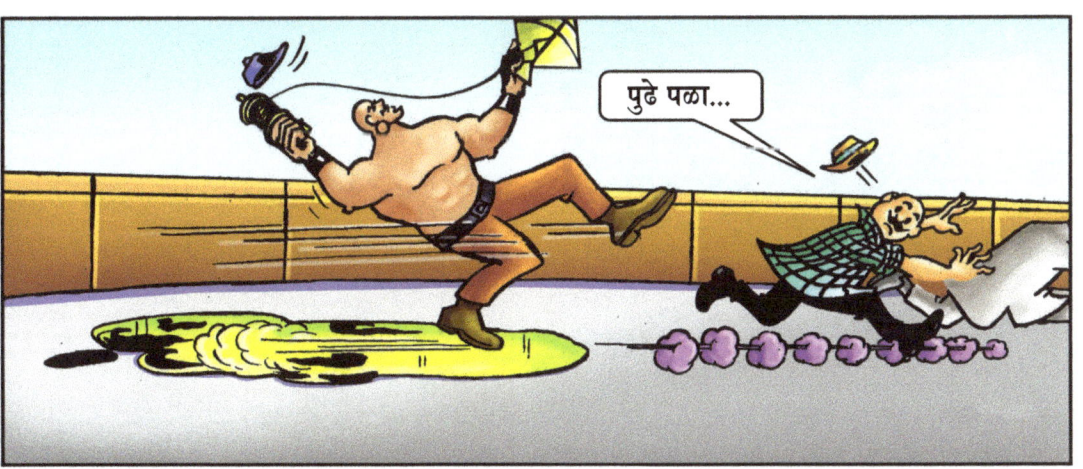

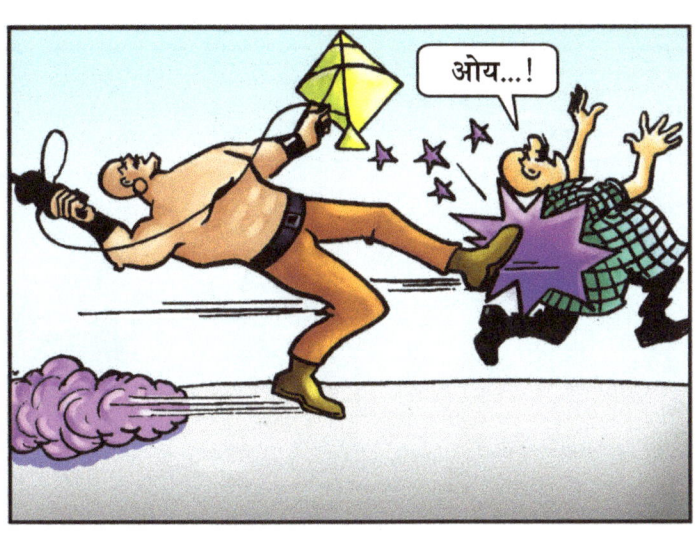

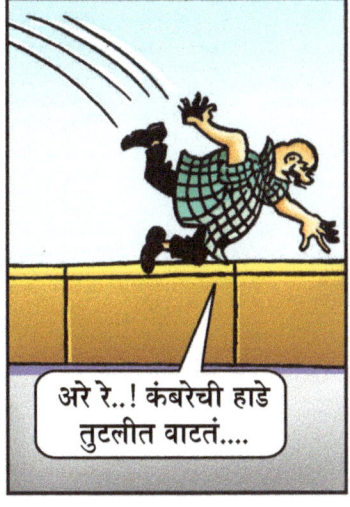

लारो, एक हजार रुपये काढ.
ग़ोदी, मार तुला लागला आहे, साबूला नाही.
मी पैजेचे नाही तर कंबरेच्या उपचारासाठी पैसे मागत आहे.
बरं झालं. पडता पडता वाचलो.
पडल्यावर पतंगही फाटला असता. तोही चांगला राहिलाय.
व्वा! पतंगबाजी करण्यातही एक वेगळीच मजा येते.
www.chachachaudhary.com

चाचा चौधरी आणि साबूचे कुंडल

चाचाजी, आज हवामान खूपच छान आहे.

होय, म्हणूनच डगडगही मजेत चालली आहे.

अरे, ब्रेक लाऊ का?

ते रस्त्याच्या मधोमध उभे राहिले आहेत.

अरे बाबा, रस्ता अडवून का उभे आहात?
आमच्या प्रिंसेस दिब्रुगढला साबूचे वेगळे कुंडल हवेत.
साबूचे कुंडल त्या महिलेच्या कानामध्ये मोठे होतील.
साबूचे कुंडल ज्युपिटरवरील विशेष धातूपासून बनविलेले आहेत. त्याला वितळवून प्रिंसेस स्वत:साठी दागिने बनविणार आहे.
ते माझ्या ताब्यात द्या, लवकर.
मी तुझे डोकेच फोडील.

साबू, रागावू नको. एकेक करून कुंडल त्यांना देऊन टाक.

चाचाजीची आज्ञा आहे म्हणून देत आहे.

हे कुंडल माझ्या मातृभूमीची खूण आहेत.

हा हा... आता ते आमचे झाले.

SALE
CHEMIS
चल हट !

ओय !

ग़ार्डस् , त्या लंबूला मारून ते कुंडल घेऊन या.
आमच्या राजकुमारीला जे हवे असते, ते ती मिळविते.
झुरळानो, तुमचा वाईट काळ आता आला आहे.
साबूला राग येतो तेव्हा ज्वालामुखी फुटल्यासारखे होते.

अरे रे ! मेलो !
ओय... !
ड्रायव्हर, गाडी पळव.
मी स्त्रियांवर हात उचलत नाही.
...नाही तर कार सहीत दडपून टाकले असते.
साबू, शांत.
हे घे, नारळाचे गार पाणी पी. डोके शांत होईल.
© PRAN'S FEATURES

चाचा चौधरी आणि हिट बर्नर

धमाकासिंग, बघ, मी स्पेशल ट्रक बनविला आहे.
टाकाऊपासून टिकाऊ. ट्रकवर हा भोंगा कशासाठी लावला आहे?

तो भोंगा नाही तर हीट बर्नर फीट केले आहे. त्यातून इतक्या जास्त प्रमाणात गरम हवा बाहेर पडते की, समोर ठेवलेली वस्तू जळून जाते.

ग़रम हवा आपल्या काय कामाची?

हीट बर्नरच्या गरमीने मी चाचा चौधरीला जाळून मारणार आहे.

व्वा! तू असे करू शकलास तर मी तुला हवे ते बक्षिस देईल.

बॉस, आता मी शत्रूला स्वाहा करूनच परत येईल.

बरे झाले, चाचा-चाची, तुम्ही घरीच सापडलात !

सध्या संपूर्ण देशात स्वच्छता अभियान सुरू आहे.
हो, पण त्याच्याशी तुझा काय संबंध?
आमच्या कंपनीने लोकांच्या घरांची मोफत स्वच्छता करण्याची मोहीम सुरू केली आहे.
सर्वांच्या घरातील घाण मी ट्रकमध्ये भरून नेणार आहे.
मला काही कळले नाही.
हे बघा, या व्हॅक्युम क्लीनरच्या सहाय्याने तुमच्या घरातील जाळे थेट ट्रकमध्ये ओढले जाते.
तुम्हाला हवे तर मी तुमच्या घराची पूर्ण स्वच्छता करून देतो.
मोफत असेल तर करून टाक.

ठीक आहे. मी
काम सुरू करतो.
?!
धोका?
बिनी, तू आत जा आणि
दरवाजा बंद करून घे.
© PRAN'S FEATURES
साबू!

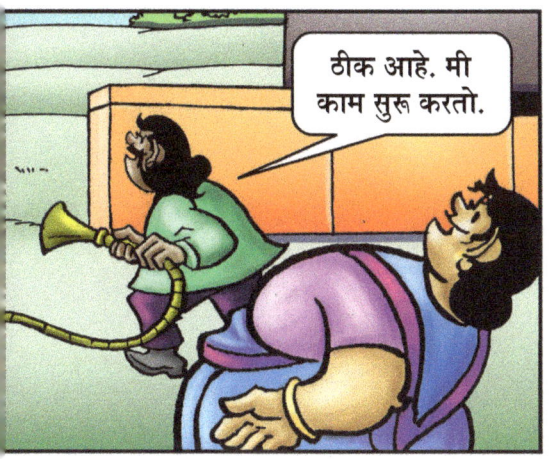

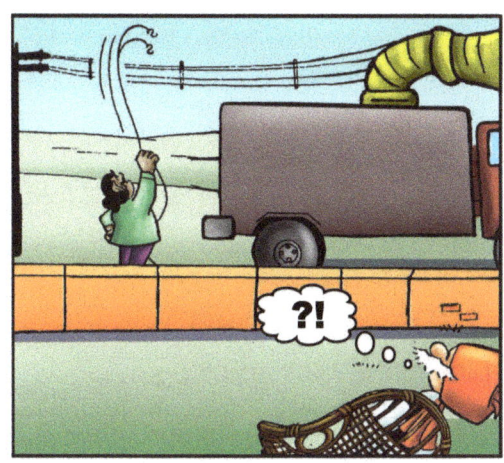

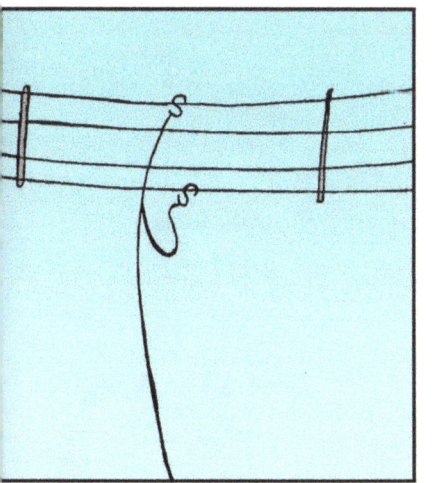

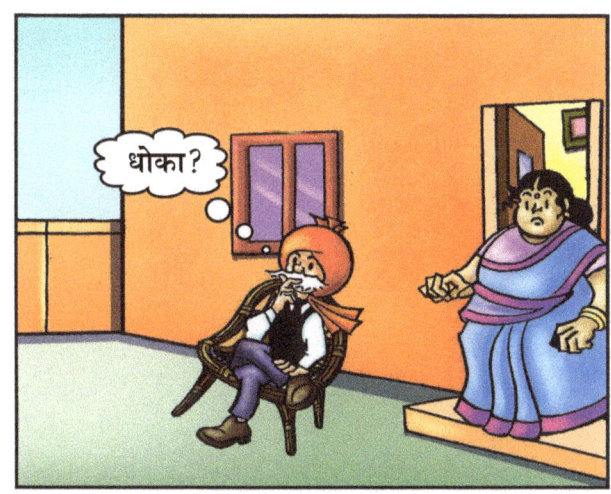

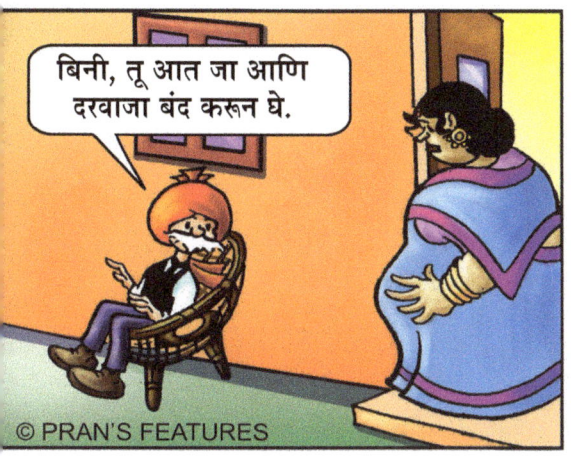

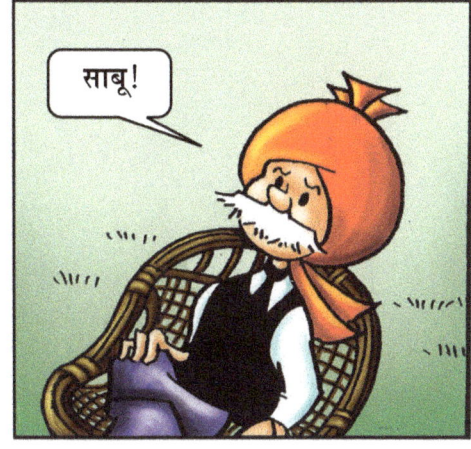

त्या ट्रकच्या छतावरील ते उपकरण तोडून टाक.
लवकर. ते स्टार्ट झाले आहे.
ओह, इतकी गरम हवा?
मी ज्युपिटर निवासी नसतो तर आतापर्यंत भस्म झालो असतो.

लंबू, माझा सर्व प्लॅन चौपट करून टाकलास

हू... हुबा.

चल, टिनपाट डब्या.

चाचाजी, तुम्हाला धोक्याची कल्पना कशी काय आली?

स्वच्छतेसाठी त्याने लहान व्हक्युम क्लीनर वापरला, जो ट्रकच्या बॅटरीला जोडलेला होता.

मग त्याने तारा हाय पॉवर व्होल्टेज केबलला जोडल्यावर मला संशय आला.

चाचा चौधरीचा मेंदू कॉम्प्युटरपेक्षा वेगाने चालतो.

चाचा चौधरी आणि अग्रि दानव

अरे, मी तर शेतात बटाटे लावले होते, मग हा हात कसा काय उगवला?

पाताळ लोकांमधून दानव येत असल्याचे जुन्या गोष्टींमध्ये ऐकले होते. हा तोच दिसतो. तो माझ्याकडेच येत आहे.

त्याची जीभ आग ओकत आहे. त्याची नियत बरी वाटत नाही. मला माझे रक्षण करायला हवे.
हा दगड त्याचे डोके फोडून टाकील.
तो माझ्या मागे येत आहे, पळा...
बरं झालं. घराचे दार तरी उघडे आहे...

एखादे भूत पाहिल्याप्रमाणे तुम्ही असे का घाबरलात?
बाहेर तेच आले आहे, दमयंती.
अरे, त्या प्राण्याने तर त्या घराला आग लावली.
तो जिवंत राहणे धोकादायक आहे.
त्याच्यावर गोळ्यांचा काहीही परिणाम होत नाही.
अ अ आ !!!

आग.
पळा.
पळा.
टीव्हीवरच्या बातम्या
पाताळातून एक विचित्र अग्नि दानव प्रकट झाला आहे. तो घरांना आगी लावत आहे. आतापर्यंत डझनावरी माणसे जळाली आहेत.
त्याला अडविले नाही तर हाहाकार माजेल.
साबू, चल.
ड़गडग जितक्या वेगात जाता येईल तितक्या वेगात पळ. जितका उशीर होईल तितके तो दानव जास्त नुकसान करील.
साबू, रॉकेटच्या मागे जा...

तो तोच आहे.

मी त्याची मानच मुरगाळून टाकतो.

थांब, साबू. त्याची जीभ आक ओकते. आधी त्याला रोकावे लागेल.

माझा सफरचंद कापण्याचा चाकू इथे उपयोगी पडेल.

तो अचूक ठिका- णी लागला.

साबू आपल्या स्नायूमधील सर्व शक्ती एकत्र करतो आणि...
या प्राण्याला परत जमिनीखाली पाताळ लोकांमध्ये पाठव.
ज़ा.
आता लोक सुखाने राहू शकतील. चल, आपण जाऊ.

FIND 10 DIFFERENCES

Find the differences in two Pictures and send us back to win a surprise prize - write down the following details in block letter: Complete Name, Telephone Number with STD code (Mobile Number), Age, Place of Birth, Date of Birth, Gender, Email ID and Complete Postal Address with Pin code.

Discover Talent @ Diamond Toons
X-30, Okhla Industrial Area, Phase-II, New Delhi-110020
Ph.: 011-40712200, E-mail: sales@dpb.ni

www.ingramcontent.com/pod-product-compliance
Lightning Source LLC
Chambersburg PA
CBHW042146170626
46815CB00006BA/324
* 9 7 8 9 3 5 2 7 8 4 8 3 7 *